ചിന്തകൾ

ശ്രീലക്ഷ്മി സുധീർ

പുസ്തകങ്ങളുടെ ലോകത്തേക്ക് കൈപിടിച്ച് കയറ്റിയ,
പുസ്തകങ്ങളെ സ്നേഹിക്കാൻ പഠിപ്പിച്ച, സ്വയം ഒരു പുസ്തകം
തന്നെ ആയിരുന്ന എന്റെ അച്ഛരച്ചന്റെ (അഡ്വ. ഐ. കെ.
ലോഹിതാക്ഷൻ) ഓർമകൾക്ക് മുന്നിൽ ഈ പുസ്തകം ഞാൻ
സമർപ്പിക്കുന്നു.

ഉള്ളടക്കം

ആമുഖം

പ്രകൃതിയെ അടുത്തറിയുന്ന രീതിയിലുള്ള ചില യാത്രകൾ അടുത്ത കാലത്തുണ്ടായി. ഒന്നും തിരിച്ചു പ്രതീക്ഷിക്കാതെ നമുക്ക് വേണ്ടുവോളം വായുവും, തണുപ്പും, മഴയുമെല്ലാം പകർന്നു നൽകുന്ന ഒരു കൂട്ടം ജീവനുകൾ. അവയെ നോക്കി അങ്ങനെ നിൽക്കുമ്പോൾ കണ്ണും മനസ്സും ഒരുപോലെ സന്തോഷിക്കുന്നു. വീണ്ടും വീണ്ടും അവയ്ക്കരികിലേക്ക് ഓടി പോകണമെന്ന ചിന്ത അറിയാതെ മനസ്സിൽ കടന്നുകൂടുന്നു. എന്നാൽ, ഒന്നുകൂടി കണ്ണ് തുറന്നു നോക്കിയാൽ അവയോട് നാം കാണിക്കുന്ന ദ്രോഹങ്ങൾ നമ്മെ ചിന്തിപ്പിക്കും. തളിർത്തു കായ്ച്ചു കിടക്കുന്ന ഏറ്റവും ഭംഗിയുള്ള ഒരു മരത്തെ ശ്വാസം മുട്ടിച്ചു കൊണ്ട് ചുവട്ടിൽ പ്ലാസ്റ്റിക് കുപ്പികൾ കിടപ്പുണ്ട്. ധാരാളം മത്സ്യങ്ങളുള്ള ഇളംപച്ച തടാകത്തിൽ ഐസ്ക്രീം പാക്കറ്റുകൾ ഒഴുകി നടക്കുന്നു. നല്ല ഉയരമുള്ള, കാഴ്ചക്കാരെ രസിപ്പിക്കുന്ന ദിനോസർ ശിൽപത്തിൻ്റെ വായിൽ പ്ലാസ്റ്റിക് കുപ്പി. ആരാവും അത് അത്ര മുകളിലോട്ട് എറിഞ്ഞു വീഴ്ത്തിയത്? എറിയുന്ന ആളുടെ മാനസികാവസ്ഥ എന്താവും?

സമൂഹത്തിൽ സ്ത്രീകൾ ജനിച്ചു വീഴുമ്പോൾ തൊട്ട് പല തരം പീഡനങ്ങൾക്ക് ഇരകളാവുന്നുണ്ട്. സ്ത്രീകൾ ഇന്ന് പണ്ടത്തേക്കാളേറെ സ്വതന്ത്രരാണെങ്കിലും രാജ്യത്തിൽ ഓരോ പതിനഞ്ച് മിനിറ്റിലും പീഡനത്തിന് ഇരയാവുന്ന പെൺകുട്ടികൾ എന്തൊക്കെയോ നമ്മെ ചിന്തിപ്പിക്കുന്നില്ലേ? തുടരെ തുടരെ നടക്കുന്ന യുദ്ധങ്ങൾ നമ്മളെ പലതും ചിന്തിപ്പിക്കുന്നില്ലേ?

അത്തരം ചിന്തകൾ വരികളായി മാറിയതാണ് ഈ പുസ്തകം. ഇത് വായിക്കുന്ന നിങ്ങളിലും ചില ചിന്തകൾ ഉണർത്തുമെന്ന് പ്രതീക്ഷിക്കുന്നു.

മുഖവുര

ചിന്തകൾ ചിലപ്പോൾ നിങ്ങളുടെ ചിന്തകളാവാം. നിങ്ങളുടെ അനുഭവങ്ങളായി ചിലപ്പോൾ തോന്നാം. നിങ്ങൾ പറയാനാഗ്രഹിച്ച, ഒരുപക്ഷേ പറഞ്ഞുപോയ കാര്യങ്ങളുമാവാം. നിങ്ങളുടെ ചിന്തകളെ ഉണർത്തുന്ന വരികളുമാവാം. കണ്ടതും കേട്ടതുമായ ചില കാര്യങ്ങൾ കഥാപാത്രങ്ങളെ മുൻ നിർത്തി പറയാൻ ശ്രമിച്ചിട്ടുണ്ട്. എല്ലാം ജീവിതയാത്രയിൽ ഉണ്ടായ അനുഭവങ്ങൾ അല്ലെങ്കിലും ചിലതൊക്കെ ആണ്.

ഹോ! എന്തൊരു ചൂട്. സഹിക്കാൻ വയ്യ. ഇനിയുള്ള കാലം എ. സി ഇല്ലാതെ ജീവിക്കാൻ പറ്റില്ല എന്നാണ് തോന്നുന്നത്. ഇതെന്താ ഡിസംബറിൽ മഴയോ? ഓഹ്, അതിനിപ്പോ മഴക്ക് ജൂണെന്നോ, മാർച്ചെന്നോ, ഡിസംബർ എന്നോ ഇല്ല. തോന്നുമ്പോൾ പെയ്യും. പെയ്തു കഴിഞ്ഞാലോ, പകൽ മുഴുവൻ കടുത്ത ചൂടും. ഇത്തരം വാചകങ്ങൾ കേട്ടിട്ടില്ലേ? പറഞ്ഞിട്ടില്ലേ? അനുഭവിച്ചറിഞ്ഞിട്ടില്ലേ? എന്നാൽ ഒരിക്കലെങ്കിലും കാലാവസ്ഥയുടെ ഇത്തരം മാറ്റങ്ങൾക്ക് അറിഞ്ഞോ അറിയാതെയോ നിങ്ങളും ഒരു കാരണമാണെന്ന് മനസ്സിലാക്കിയിട്ടുണ്ടോ? അത്തരം തിരിച്ചറിവുകൾ പകരുന്ന ചില കവിതകൾ 'ചിന്തകൾ'ക്കുള്ളിലുണ്ട്. അതു നിങ്ങളെ എത്രത്തോളം ചിന്തിപ്പിക്കും എന്ന് വായിച്ചറിയൂ.

അവതാരിക

ഓരോ നിറങ്ങളും നൽകുന്ന അനുഭവങ്ങളും പ്രതീക്ഷകളും വ്യത്യസ്തമാണ്. ചില സംഗതികൾക്ക് നാം മനസ്സിൽ ഒരു നിറം അണിയിച്ചു കൊടുത്തിട്ടുണ്ട്. ആത്മാവിനെ നേരിട്ട് സ്വാധീനപ്പെടുത്താൻ കെൽപ്പുള്ള നിറങ്ങളെ വേണ്ടുവോളം കവിതകളിൽ വർണ്ണിച്ചിട്ടുണ്ട്. പിറന്നു വീണ അതിമനോഹരിയായ ഭൂമി, അവിടെ നമുക്കൊപ്പം പിറവിയെടുത്ത മറ്റു ചിലർ. എല്ലാവരെയും ഈ ഗ്രന്ഥത്താളുകളിൽ പിടിച്ചിരുത്തിയിട്ടുണ്ട്. ചില വസ്തുക്കൾ കാണുമ്പോൾ മനസ്സിൽ കടന്നു വരുന്ന മറ്റു ചിലതുണ്ട്. അവയും വരികളായി മാറിയിട്ടുണ്ട്.

1. പറയാതെ പറഞ്ഞ പ്രണയം

യൗവനശ്രീയാം പൂവിന്റെ മാറിലായ്
കിന്നാരം ചൊന്നങ്ങിരിപ്പൂ തേനീച്ചകൾ.

ഹരിത സുന്ദരിയാം പുല്ലിന്നരികത്തു
ഞെട്ടിത്തെറിക്കും പച്ചക്കുതിരയും.

നീർപാച്ചിലിൽ ഏർപെട്ടിരിക്കും പുഴകൾ തൻ
ആരോഹണം ആസ്വദിക്കുന്നു മീനുകൾ.

ആഴിപ്പരപ്പുള്ള സാഗരത്തെ ചുംബിച്ചു
അന്തിമയക്കത്തിന്നൊരുങ്ങി ആദിത്യനും.

ബൃഹത് വതിയാം അദ്രിതൻ മേനിയിൽ
പുതപ്പു പൊലെക്കിടപ്പൂ തുഷാരവും.

ജീവനാത്മാക്കൾ തിങ്ങിയിരിക്കും അടവിയെ
കീർത്തനം ചൊല്ലി രസിപ്പിക്കും പറവകൾ.

അന്ധകാരത്തില്ലിരിക്കും ഭൂമിയെ
പുഞ്ചിരി തൂകി ആഹ്ളാദിപ്പിക്കും തിങ്കളും.

വിജനമാം തപ്തമാം മരുഭൂമിയെ

തൻ സമക്ഷത്താൽ ചിരിപ്പിക്കും ഒട്ടകം.

നിശ്ചലമായ് കിടക്കുമാ പൊയ്കയ്ക്ക്
ഉൻമേഷമേകി തൂവെള്ളയാം ഹംസവും.

രാവിൻറെ ഭീതിയിൽ നിൽക്കും സസ്യങ്ങളെ
ജ്യോതിസേകിയാശ്വസിപ്പിച്ചു മിന്നാമിനുങ്ങുകൾ.

ഈ വിധം മൊട്ടിട്ടു വളർന്നതും വളരും
മുമ്പേ വാടിയതും എത്രയെത്ര പ്രണയങ്ങൾ.

2. വനധ്വംസനം

അന്നാ നിബിഡമാമടവിതന്നുള്ളിലായ്
കേട്ടു ഞാനുച്ചത്തിലായൊരാ രോദനം
നിഷ്ഠൂരമാമൊരാ മാനുഷൻ വന്നെന്റെ
പിഞ്ചു കിടാവിനെ കൊണ്ടങ്ങു പോയല്ലോ.

എങ്ങോട്ട് പോയെന്നൊരുൽഖണ്ഡയാലീ ഞാ -
നെത്ര നേരമലറീയിടുമീ വിധം
പെറ്റമ്മ തൻ ദുർഘട സ്ഥിതിയെന്തെ
ന്നെന്നു ഗ്രഹിക്കും നിനക്കെടോ മന്നവാ.

ചിറകൊന്ന് വീശിയാ കാറ്റിനെ പിന്തള്ളി
കുശലമോതി പറക്കും വിഹഗങ്ങളെ
കൊണ്ടു പോയിട്ടൊരാ കാരാഗൃഹത്തില -
ങ്ങിട്ടു കെടുത്തീയവതൻ കിനാക്കളും.

അല്പമകലെയായ് കേട്ടവർ തന്നുടെ
കൂട്ടത്തിലുള്ളയായാർപ്പു വിളി വീണ്ടും
തന്നാലയമാമായാരണ്യത്തിൻ ഖണ്ഡം
ചേരദിപ്പതു കണ്ടലമുറയിട്ടവർ.

കൊണ്ടുപോയി ആദ്യമോരൊരുത്തരെയായ്
കൊണ്ടു പോകുന്നു പാർപ്പിടവുമിപ്പോൾ
കാനനമീ വിധം ധ്വംസിച്ചു നിന്നുടെ
ഗമനമെങ്ങോട്ടെന്നറിയില്ലെനിക്കെടോ.

കാത്തതല്ലേ തീക്ഷ്ണമാമൂഷ്മളത്തിൽ നി-
ന്നിത്ര കാലമത് മറന്നുവോ നീ നരാ
ഏകിയില്ലേ നിനക്കുമ്മജനകവു -
മേകിയില്ലേ നിനക്കൈത്രയോ കായ്കളും.

നിൻ ഗൃഹത്തിൽ നിന്നുമാകസ്മികമായൊരു
ദിനം നിൻ സന്തതികളെയൊക്കെയു-
മാരോയകത്തു കടന്നങ്ങെടുത്തു
പാഞ്ഞു പോകില്ലെന്തു ചെയ്യും നീ മന്നവാ?

അന്തഃകരണത്തിലൊട്ടി നിൽക്കുന്ന നിൻ
വിഹാര സ്ഥലമാരോ തപിപ്പിക്കുമെന്നാകി -
ലാദ്ദുരവസ്ഥയേതു വിധമെന്നതൊരിക്ക -
ലേല്ലും പരിചിന്തനം ചെയ്തുവോ ?

3. വർണ്ണപ്പെയ്ത്ത്

വ്യാപിച്ചു കിടക്കുന്ന നീലാകാശത്തെ
ചുംബിച്ചു ഗർജ്ജിക്കും സാഗരവും
നീലവസ്ത്രം ധരിച്ചു നിൽപ്പിരുവർ
നേത്രത്തിൻ ഹൃദ്യമാം ദൃശ്യമല്ലോ.

സുമുഖനാം നീളൻ ശീമമുള്ളങ്കിയും
പന്ത് പോലുള്ള മധുരനാരകവും
തേജസ്വിയാം സായാഹ്ന സൂര്യനും
പിംഗലവർണ്ണക്കാർ തന്നെയല്ലോ.

നിദ്രയിലേർപ്പെട്ട പുൽത്തകിടികളും
സസ്യജാലങ്ങളുൾപ്പാർക്കും ആരണ്യവും
കൊഞ്ചി പറയുന്ന ശാരിക പൈതലും
ഹരിതമാം പുതപ്പണിഞ്ഞിരിപ്പേനല്ലോ.

സമാധാനദൂതരാം മാടപ്രാവുകളും
മണ്ടി നടക്കും അരയന്നവും
സുഗന്ധം പരത്തും പിച്ചകവും
ഉടുത്തത് മഞ്ഞ് പോലുള്ള ആടയല്ലോ.

പക്വമാം ഉണ്ട തക്കാളികളും
പഴുത്തു നിൽക്കും കാന്താരികളും
സിരകളിലോടുന്ന നിണവുമെല്ലാം
ഒരുപോലെ ശോണമായ് കാൺമതല്ലോ.

കഴിക്കാൻ പാകമായ കായ്ക്കുലയും
കുട്ടികളുമായോടും കുഞ്ഞു ശകടവും
അർക്കനെ നോക്കും സൂര്യകാന്തിയും
പീതവർണ്ണക്കാർ തന്നെയല്ലോ.

തൂങ്ങിക്കിടക്കും തലമുടിയും
വാലിട്ടെഴുതും കരിമഷിയും
ഓജസ്വിയായ കളഭവും
അഴകേറും കറുപ്പുനിറക്കാരല്ലോ.

4. ഗൗരി

തൊട്ടുകിടക്കുമയൽപ്പക്കത്തെ
മര്യാദയോഗ്യനാം മാന്യനല്ലോ
ഉറ്റസ്നേഹിതയാം കാന്തിനിതന്നുടെ
ഹൃദയങ്കമാം നൽ പിതാവുമല്ലോ.
അക്ഷോഭ്യതയുമക്ഷുബ്ധതയും
കലർന്നൊരാസ്യത്തിനധീശനല്ലോ
കുട്ടികൾ തൻമനം കീഴടക്കീയൊരാ
ഉത്തമനധ്യാപകനുമല്ലോ.
നാട്ടാരുടെ നൽ പുസ്തകത്തില്ലയാ-
ളേറെ മുൻപേയോരിടം പിടിച്ചൂ
താതനില്ലാത്തൊരീ ഗൗരീകുമാരിക്ക്
താതനു തുല്യനായ് മാറിയയാൾ.
ജീവൻ വെടിഞ്ഞ കളിക്കൂട്ടുകാരിയെ
ഒടുവിലായൊരു നോക്ക് കാണുവാനായ്
പുറപ്പെട്ടു പോയെൻ വീട്ടുകാരൊക്കെയു-
മന്നേരം ഞാൻ വീട്ടിലൊറ്റയായി.
വാതിൽമണി നാദം കേട്ടൊരാ നേരമൊ-
ന്നോടി ഞാൻ വാതിൽ തുറന്നു നോക്കി
മാതുലനെയും തിരക്കിയയാളെൻ
വീട്ടുപടിവക്കിൽ നിൽപ്പേനല്ലോ.
ഒറ്റയ്ക്കാണെന്നുള്ള സത്യമങ്ങോതി-
ത്തിരിഞ്ഞു നടക്കാനൊരുങ്ങി ഞാനും
ഒട്ടുമാകസ്മികമായയാളന്നേരം
ചാടിയകത്തു വലിഞ്ഞു കേറി.

തൊട്ടെൻ കരങ്ങളിൽ രണ്ടുവട്ടമയാൾ
തൊട്ടു തലോടിയെൻ വിരലുകളും
ക്ഷേമമില്ലാത്തൊരാ സ്പർശനമേറ്റ ഞാൻ
പിറകോട്ടെടുത്തെൻ കരങ്ങൾ രണ്ടും.
വീണ്ടുമാ കൈകൾ നീണ്ടെൻ നേരെ-
യിക്കുറി തൊട്ടതോയീയെൻ മാറിലല്ലോ
അഗ്നിഭയം പൂണ്ട കണ്ണുകളാൽ ഞാനാ
കാട്ടാളനെയങ്ങുറ്റു നോക്കി.
നിറുത്തിയില്ലയയാൾ പ്രകടമാക്കി തൻ
കാമവികാരം മുഴുക്കെയുമീ
എട്ടു വയസ്സുള്ള പൈതലിൻമേ-
ലാകെ ഞെട്ടിത്തരിച്ചു വിറച്ചു ഞാനും.
ഭയന്നുവിറച്ചു ഞാൻ തട്ടി മാറ്റി ശേഷ-
മോടിക്കയറിയടുക്കളയിൽ
താഴിട്ടടച്ചാ കതകിലൂന്നി നിന്നു
കമ്പനമാടുമെൻ പാദങ്ങളാൽ.
അഞ്ചാറു വട്ടമാഞ്ഞുമുട്ടിയയാൾ
പത്തു പന്ത്രണ്ടു വട്ടമോ മെല്ലെ തട്ടീ
നീക്കിയില്ല ഞാൻ കതകുപാളി
ഒട്ടുമുച്ചയില്ലാതെയകത്ത് കൂടി.
അൽപനേരം കഴിഞ്ഞെത്തിയെൻ തായ്
താതൻ തൻ ജേഷ്ഠകളത്രവുമായ്
അപ്പോഴും ഞാനാ പാചകശാലതൻ
വേദികയില്ലിരിപ്പായിരുന്നു.
അമ്മയാ കതകിലൊന്നാഞ്ഞു തട്ടീ
ആരവാരമായോതി നാമം
ഞെട്ടീവിറച്ചൂ കൊളുത്തിളക്കീ ഞാൻ
വാതിൽ തുറന്നിറയത്തു നീങ്ങി.
കാര്യം തിരക്കീയൊരുൽക്കണ്ഠയോലവർ

സ്വേദസ്നാനം ചെയ്തൊരെന്നെ നോക്കി
ചൊല്ലി ഞാൻ കാട്ടാളക്രിയകളോരോന്നായ്
ചൊല്ലിക്കൊടുത്തൂ നടന്നതെല്ലാം.
ആരുമേയിക്കാര്യമറിയരുതെന്നവർ
ഞെട്ടിച്ചു കൊണ്ടെന്നോടായോതി
നാടറിഞ്ഞാലോ ദോഷമെനിക്കെന്നു
ആവർത്തിച്ചൊന്നവർ പത്തുവട്ടം.
കേട്ടു ഞാനവർതന്നുപദേശമപ്പാടെ
ചൊല്ലിയില്ലാരോടുമക്കാര്യവും
കണ്മുന്നിലൂടയാൾ ശിരസുമുയർത്തി-
പ്പോവതും കണ്ടുമിണ്ടാതിരുന്നു.
അബ്ദങ്ങളേറെ കടന്നു പോയിട്ടുമാ
സംഭവം മാത്രം മാഞ്ഞതില്ല.
അന്തഃകരണത്തിലെന്നുമെന്നോടൊപ്പ-
മായോർമ്മ നോവായ് ബാക്കിയായി.
അരോടുമോതാതടക്കിപ്പിടിച്ചത്
എന്നിലേകിയതിരട്ടി നോവ്
നഷ്ടമാം ബാല്യവും പ്രതികാര ദാഹവും
പുകഞ്ഞിരുന്നൂയെൻ ഹൃദയതാളിൽ.
വൃശ്ചികത്തില്ലോരാദിത്യ വാരം
കണ്ടു ഞാൻ കാന്തിതന്നമ്മ പോണാർ
ആ വീട്ടിലോയയാളേകനായന്നേരം
നോക്കി ഞാനങ്ങോട്ട് ചെന്നന്നേരം.
ഊനവശത്തെയാ ജാലകത്തിണ്ണയിൽ
കൈയ്യിട്ട് ചാവിയെടുത്തു മെല്ലെ
ദൃശ്യഭാഗത്തിന്നടുത്ത് പോയി ഞാനാ
വീട്ടിന്നകത്തേക്കിടിച്ചു കേറി.
ചിരകാലശയ്യാവലമ്പിയായിട്ടുള്ള
മാന്യൻ തൻ മുറിയിലേക്കേറി ഞാനും

ചെന്നു ഞാൻ നേരെയയാൾക്ക് മുന്നിൽ
കണ്കൾ ചലിക്കുമാ മേനി മുന്നിൽ.
എൻ മേനിതന്നിൽ പാഞ്ഞൊരായിമകളെൻ
ബന്ധനത്തില്ലായ് കഴിഞ്ഞിരുന്നു.
ഉരിഞ്ഞു ഞാനെന്നാടയോരോന്നോരോന്നായാ
കാമഭ്രാന്തൻ കണ് നേർക്കുനേരെ.
വിവസ്ത്രയായീ ഞാൻ നഗ്നയായീ
പൊങ്ങുപോലുള്ളൊരയാൾക്കു മുന്നിൽ.
ഞെട്ടിത്തരിച്ചയാൾ മുക്കി മൂളി തൻ
നോട്ടമോ ഭിത്തിയിലേക്കൊന്നൂന്നീ.
എൻ മേനിയിൽ നിന്നുമുൾ വലിഞ്ഞാ നോട്ടം
ചുമരിലേക്കോ ഒന്നൂന്നി നിന്നൂ.
വേഗമേറുന്നൊരാ ശ്വാസവും കിതപ്പുമെൻ
കാതിൽ മുഴക്കമായ് വന്നണഞ്ഞു.
ഇറുക്കീയടച്ചയാളിമകൾ രണ്ടും
മന്ദമായൊഴുകീ ജലകണവും
ഒരിക്കലയാൾക്കു നേർ കെഞ്ചിക്കരഞ്ഞ ഞാ-
നാസ്വദിച്ചന്നേരമെൻ വിജയം.
മുപ്പത് സൂക്ഷ്മ സമയമീ ഞാനെ-
ന്നുപശാന്തി തീർത്തൂയയാൾക്ക് മുന്നിൽ
ഉരിഞ്ഞൊരായാടയുടുത്തു വീണ്ടും ഞാനെൻ
സ്വഗൃഹത്തേക്ക് ചുവട് വച്ചു.
ജയിച്ചവൾ തന്നുടെ തുഷ്ടിയും പേറിയി-
ട്ടുള്ളോരാ പ്രസന്നവദനവുമായ്
അത്രനാളുമെന്നുള്ളിൽ കിടന്നൊരാ
ശില ഭാരമിറക്കി വച്ചാനന്ദത്താൽ.

5. തരു

ഹരിതാപം സർവ്വത്ര ദിശകളിലും
അക്ഷിക്ക് തുഷ്ടിയേകും ദൃഷ്ടിയല്ലോ.

സുഭിക്ഷമായർപ്പിച്ചു ശുദ്ധവായു
താപത്തിൽ നിന്നുമോ സ്വാസ്ഥ്യമേകി.

കളിപ്പാനൊരുക്കി ഒരങ്കണവും
കഴിപ്പാനൊരുക്കി ഫലങ്ങളേറെ.

വസിക്കാനൊരുക്കി വേണ്ടോളം തണൽ
പാർപ്പിടമൊരുക്കി കിളികൾക്കുമേ.

ഒരുനാൾ വന്നു കോടാലിയുമായ്
പിളർക്കാനൊരുങ്ങി മർത്യനവൻ.

കണ്ടില്ല ആ തരു പിന്നൊരിക്കൽ
കണ്ടിച്ചു കൊണ്ടുപോയ് വീടൊരുക്കാൻ.

കിളികളെങ്ങോട്ടു പോയറിവതില്ല
ഫലത്തിൻ രുചിയോ ഓർമയില്ല.

താപമോ കൂടി കൂടി വന്നു
ഹേതു ആരായുന്നു മർത്യനിപ്പോൾ.

6. ബന്ധനം

ഉദയം തുടർന്നൂ നവസന്ദർഭമിപ്പുറം
മൃഗവാടിക തൻ കവാടത്തിനപ്പുറം
ഉത്തേജിതയായ് ഞാനേറിയകത്തെത്തി
കാണായ് വിഭിന്നമാം കാഴ്ചകളന്നേരം.
കൺപ്പെട്ടു ആദ്യമക്കാരാഗൃഹത്തിലായ്
വിഹഗങ്ങളുൾപ്പാർക്കുമച്ചെറു കൂട്ടിലായ്
ചിറകൊന്നു വീശിയക്കാറ്റിനെ പിൻതള്ളി
വാനപ്രയാണത്തിനിച്ഛ കാണില്ലയോ.
നേരെ നടന്നു ഞാനന്നേരം കണ്ടതോ-
പരിമിതമാം പരലിൽ ഝഷകങ്ങളെ
അന്യോന്യമൊന്നുരസിക്കൊണ്ട് പാഞ്ഞു
പ്ലവനത്തിലേർപ്പെട്ടു നീങ്ങുന്നവർ ചിലർ.
പന്നഗം തൻ കിടപ്പോ നിബിഡമായ്
ചൂടി പോലെച്ചുരുണ്ടോരത്ത് കണ്ടു ഞാൻ
നീർക്കുതിര തൻ കിടപ്പോ ചെളിയിലായ്
വാവട്ടം കാണുന്നുണ്ടന്തരതളങ്ങളിൽ.
കേസരിയന്നേർത്തടവറ തന്നുള്ളിൽ
കേശഭാരത്തോടൊതുങ്ങി നടപ്പല്ലോ
ആരണ്യത്തിന്നരചന്നാണു താനെന്ന
യാതൊരു ഭാവവുമില്ലയാ കീർത്തിയിൽ.
യാതൊരുൽഘണ്ടയുമില്ലാത്ത ഭാവേന
വ്യാഘ്രത്തെയുറ്റുനോക്കുന്നു നാമേവരും
അപ്പരിമിതമാം പഞ്ചരത്തിൻ സീമ-
ഭാഗത്തിറങ്ങുവാനിച്ഛരയുണ്ടാ കണ്ണിൽ.

നിബിഡമാം ത്വഗ്വിന്ദ്രിയവുമായി -
ട്ടുലാത്തുന്ന ഭീമനാം കാണ്ഡാമൃഗവും
കഴുകനുമക്കൊമ്പൻ മൂങ്ങയുമുള്ളതോ
അംബരം മൂടിയാ ഹരിതാവരണത്തിൽ.
മൃഗരാജൻ തൻ വാലുമേന്തി നടപ്പതു
കൊണ്ടു നാമമപ്രകാരമാം വാനരർ
തന്നെയങ്ങുറ്റു നോക്കുന്നവരോടായി
തന്നമർഷം കാട്ടും കരിങ്കരടികളും.
ഹസിച്ചു നടക്കുമാ കഴുതപ്പുലിയുടെ
വദനത്തിൽ കണ്ടില്ലയാ സ്മിതം ഞാനൊട്ടും
ചാടിയിരയെപ്പിടിക്കുമാ ചെമ്പുലി
തൻ വീര്യമൊട്ടുമേ പ്രകടമാക്കാതെയായ്.
കൂമ്പ് പോലുള്ളൊരാ ബാഹ്യാകൃതിയുമായ്
ഗാത്രമാകെ സൂച്ചിയുള്ളൊരാ സൂകരം
ഏറെപ്പകിട്ടുള്ള വസ്ത്രാഞ്ജലവുമാ -
യൊട്ടകപ്പക്ഷിയോ മണ്ടിനടക്കയാൽ.
അപ്പഞ്ജരത്തിലെ ശാരികപ്പൈതല -
ന്നെന്നോട് ചൊല്ലിയതെന്തെന്നുമോർത്തു ഞാൻ
വിമോചനമെന്നൊന്നെനിക്കുണ്ടായീ ജന്മം
ശോണമാമുപ്പൻറെയക്ഷികളാരാഞ്ഞു.
കൈവിരൽ തന്നടയാളം കണക്കുള്ള
വരകളുമായിട്ടക്കോണിൽ കുതിരയും
കാനനത്തെക്കാളേറെ സഹിതത്തി-
ലൊന്നായ് നടക്കുന്നു ഗന്ധമൃഗങ്ങളും.
താൻ തന്നോജസ്സും ശക്തിയുമെന്തെ -
ന്നൂഹമില്ലാതെ നടപ്പെൻ കളഭവും
തന്നെ വീക്ഷിക്കുന്ന ലോകരെക്കണ്ടവർ
തൻ പ്രകാണ്ഡം വീശിയർപ്പിച്ചഭിവാദ്യം.
നയനസുഭഗമാമൊട്ടകപ്പുള്ളിമാ-

നെത്തി നോക്കി തൻ നീണ്ട കണ്ഠവുമായ്
വെട്ടിയിട്ടുള്ളൊരാ തണ്ടുകളെപ്പോലെ
ചേഷ്ടകളന്യേ കിടപ്പു ചീങ്കണ്ണിയും.
ചാടിക്കളിക്കുവാനത്തരുക്കൾ പോരെ-
ന്നോതിയില്ലൊട്ടുമെ വാനരക്കൂട്ടവും
ലാവണ്യമാം ചായംപൂശിയ കൊക്കുള്ള
വേഴാമ്പലുമുണ്ട് ചിതറാതെയാക്കൂട്ടിൽ.
പിന്നെയുമുണ്ടേറെ കാഴ്ചകളങ്ങനെ
കുരങ്ങും കഴുതയും കടുവയുമുണ്ടല്ലോ
പൂവനും പൂമ്പാറ്റയും പൂവുകളുമു-
ണ്ടുറുമ്പും ഉടുമ്പും ഉഗ്രവിഷപ്പാമ്പും.
അറിവില്ലവർക്കാർക്കുമടവിയെന്തെന്നത്
അറിഞ്ഞില്ല വിസ്തൃതമായ സ്വസ്ഥാനവും
അറിഞ്ഞതോ നിത്യവുമവരെ നോക്കാനെത്തും
ആയിരത്തില്ലേറെ ലോകരെ മാത്രമേ.
മർത്യൻ തന്നുല്ലാസത്തിനായിട്ടല്ലോ
പ്രാണികളോട് നാമിങ്ങനെ ചെയ് വതും
പാരിത് സ്വന്തമാണെന്നുള്ളയീ ചിന്ത -
യെന്നു വെടിയും നീ സ്വാർത്ഥനാം മന്നവാ.
സ്വേച്ഛരമേയില്ലാതെ നിന്നേയുമീ ഭൂവി -
ലീ വിധം വിട്ടാൽ പൊറുക്കുമോ താനെടോ?
പഞ്ചഭൂതങ്ങളിലൊന്നായ ഭൂമിതൻ
ജന്മി താനെന്നങ്ങുറപ്പിച്ചോ നീ നരാ?

7. പെറ്റവൾ

അബ്ദങ്ങളേറെ മുൻപേയൊരാ മീനത്തി-
ലുപവിഷ്ടനായെന്നമ്മതന്നുദരത്തിൽ.
എൻ ജനയിത്രി തൻ കൃശമാമുദരവു-
മന്ദഗതിയിലങ്ങൂ പെരുകി വന്നൂ.
അറിഞ്ഞു ഞാനമ്മതന്നുപസ്ഥിതിയേറെയ -
ജ്ജല്പനവും ശ്രവിച്ചേറെയുൽസാഹത്തിൽ.
അമ്മയോ മൂളുന്ന പാട്ടുകളൊക്കെയു-
മീ മണിപ്പൈതലിന്നേകിയാഹ്ളാദവും.
എൻ സമക്ഷമെന്നമ്മയ്ക്ക് കിട്ടുമാർ
തട്ടിയും തോണ്ടിയുമുള്ളിൽക്കിടന്നു ഞാൻ.
ഏറെ നാൾക്കപ്പുറമാ ചന്ദ്ര മാസത്തില-
മ്മതൻ സമ്മതത്താലോ പുറത്തെത്തി.
കണ്ടു ഞാനമ്മതന്നാസ്യത്തിലാനന്ദ-
ക്കണ്ണുനീർ മുത്തുകൾ മെല്ലങ്ങു വാർന്നതും.
ഇറുക്കിപ്പിടിച്ചെൻ കുഞ്ഞു കരങ്ങളാ
ലമ്മതൻ ചൂടുള്ള ചൂണ്ടുവിരലുകൾ.
ആസ്വദിച്ചു ഞാൻ നിന്നുടെ ഗന്ധവും
വാണിയും വാക്കും മന്ദസ്മിതവുമെ.
അന്നു തൊട്ടീയെനിക്കെല്ലാം ജനയിത്രി-
തന്നെയാണെന്നങ്ങു ചൊല്ലുന്നു ഞാനുമേ.
കർക്കിടകത്തിലെ മന്ദവാരത്തിലോ
നിന്നിലെ ഗ്ലാനിയെൻ ശ്രദ്ധയിൽ പെട്ടതും.
തിരക്കി ഞാനന്നു നീ ചൊല്ലിയെന്നോട-
നുമാനമതു കേട്ടപാടെ നടുങ്ങി ഞാൻ.

ഇപ്പിഞ്ചു പൈതലിന്നമ്മയെ കാർന്നങ്ങു
തിന്നുന്ന വ്യാധിയോ ദീനമോയെന്തത്?
വിനാശകരമോ വിലക്ഷണമോയിത്
ഒട്ടുമേ ധാരണയില്ലയെനിക്കമ്മേ.
എന്നഖണ്ഡമാം വളർച്ചയോ കാണാതെ-
യിഹലോകവാസം വെടിഞ്ഞമ്മ പോയിനാർ.
ആണ്ടൊന്ന് കഷ്ടി തികയുമ്മുമ്പേ തന്നെ
താതൻ തൻ മംഗല്യധാരണവുമായി.
നിരപ്പൊട്ടുമില്ലാതെ ജനയിതാവിനായി
ചിറ്റമ്മയെന്നു വിളിച്ചവർ പതിയെ.
ചിറ്റമ്മ പെറ്റമ്മയാവില്ലയെന്നവർ
കർമ്മത്താലർത്ഥമാക്കിത്തന്നു പലകുറി.
ഉണ്ടായവർക്കുമാ രണ്ടു തനൂജരു -
മെൻ താതനവർ തൻ താതന്നുമായല്ലോ.
താതന്നൊരുപാടന്തരം വന്നമ്മേ
മുൻപത്തെ പോലെ മിണ്ടാറില്ലയെന്നോട്.
കേളികൾക്കായ് വെളിയേയങ്ങിറങ്ങുമ്പോ
ളൊരു വട്ടമെങ്കിലും കൂട്ടില്ലേ കുഞ്ഞിനെ.
ഏറെയാശിച്ചു ഞാനവർ തന്നൊപ്പമാ
ശകടത്തിലേറി ദൂരത്തൊന്ന് പോകുവാൻ.
നിശയുടെ അന്ധകാരത്തില്ലവർ നാലു-
പേരുമൊന്നിച്ചു ശയിക്കുമന്നേരത്തു.
ഞാനോ കിടക്കുമടുക്കള തൻ ചാര -
ത്തുള്ളൊരാ പരിമിതമാമറയില്ലല്ലോ.
നിർഘോഷമാമൊരിടിയുള്ള രാത്രിയി-
ല്ലൊട്ടുമിമകൾ ചിമ്മാതെക്കിടന്നു ഞാൻ.
മിന്നലോടെയൊർത്തുലച്ചു പെയ്യുന്നൊരാ
പേമാരിയെ ഭയന്നങ്ങു വിറച്ചു ഞാൻ.
നിന്നുടെ കൂടെയോ പോയെൻ പ്രസാദവു -

മന്ദസ്മിതവുമാനന്ദവുമൊക്കെയും.
ആശിച്ചു പോകുന്നു മന്ദഹാസത്തോടെ
നീ തരും ചൂടുള്ള ചുംബനത്തിന്നായ്.
എന്നെയും നിന്നുടെ നെഞ്ചോട് ചേർത്തു കൊ-
ണ്ടുള്ളൊരാ സൗമ്യമാമാലിംഗനത്തിനായ്.
നീ പിരിഞ്ഞങ്ങോട്ടോ പോയൊരാ-
ന്നേരത്തെയമ്പരപ്പിന്നുമെന്നൊപ്പമുണ്ടെന്നമ്മേ.
എന്നുള്ളിലുച്ചത്തിലാഞ്ഞടിച്ചോളങ്ങ-
ളെന്നുടെ രോദനത്തിൽ പങ്കുചേർന്നു.
കേറിയില്ല ഞാൻ കരയിലേക്കകെരി-
ങ്കടലില്ലമർന്നങ്ങിരിപ്പാണുയെന്നമ്മെ.

8. ഓളങ്ങൾ

ഓളം കിനാവുപോലല്ലോ
ഉപ്പുവെള്ളത്തിൻ വലയമല്ലോ
ഒരു നിമിഷത്തിൻ ഇന്ദ്രജാലമല്ലോ
തരിമണലിൽ തകരും ഇച്ഛയല്ലോ.

മുന്നോട്ട് മുന്നോട്ട് മുന്നോട്ട്
ആർത്തുവിളിച്ചു കല്ലോലങ്ങൾ
മുന്നോട്ടു നീങ്ങിയെത്തിയതോ
പൂഴിമണ്ണിൽ ചെന്നസ്തമിപ്പാൻ.

പിറവിയെടുത്തു മണ്ണടിയും വരെ
ഗർജ്ജിച്ച് നീങ്ങി അത്യാവേശത്തിൽ
കണ്ടു പഠിപ്പാൻ ഏറെയുണ്ടാ
കൊച്ചു ജീവചരിതത്തിലും.
തോറ്റുപോം എന്ന ഭീതിയിൽ നാം
പ്രയത്നത്തിൽ നിന്നകന്നു നിൽപ്പാർ
ഓർക്കുക ഒരേയൊരു വട്ടമേലും
ഓളം തൻ ഇതിഹാസം ചേതസ്സിലായ്.
നേർത്തമാം ആയുസ്സിലാവീചികൾ
എത്രമേൽ തോഴരെ സ്വന്തമാക്കി.
ഓർക്കുക ആ ചെറു ജീവിതങ്ങൾ
ആനന്ദമേകിയതെത്രപേർക്ക്?

9. ഹരിതം

ഫലങ്ങളും വിത്തും കൊത്തിപ്പെറുക്കുന്ന
പരുഷസ്വരമുള്ള ശാരിക പൈതലും.

കാലുകളും കൺപോളയുമില്ലാതെ
ഇഴഞ്ഞിഴഞ്ഞങ്ങു പോം പച്ചയില പാമ്പും.

വെള്ളത്തുള്ളികളാൽ പൊട്ടു കുത്തിയ
വിസ്തൃതമാം ഇലകളുള്ള പച്ചച്ചീരയും.

തോട്ടത്തിൽ തൂങ്ങി കിടക്കുന്ന യുവാക്കളാം
എരിവുള്ള നീളൻ പച്ചമുളകുകളും.

ദീർഘ വൃത്തത്തിലായ് കാണുന്നു
മൂപ്പെത്താത്ത ഒലിവു കായ്കളും.

സദ്യ വിളമ്പുവാനായ് നിരത്തി നൂറു
ഏത്തവാഴ തൻ സ്ഥൂലമാമിലകളും.

സത്തുള്ള മാംസളമാം തണ്ടുള്ള
മുള്ളുള്ള കുള്ളനാം കള്ളിച്ചെടികളും.

തടിച്ചുകുറുകി നനവുള്ള ത്വക്കുള്ള
ചാടിക്കളിക്കുന്ന കുഞ്ഞൻ മണ്ഡൂകവും.

പുൽത്തകിടി രൂക്ഷതുളസി മരതകം
പുൽച്ചാടി പാവയ്ക്കയെല്ലാം പച്ചതന്നെ.

കാടും മലയും കുളവുമേകുന്നത്
ഹരിത വർണ്ണത്തിൻ കുളിർമ തന്നെയല്ലോ.

10. അമ്മ

അണ്ഡത്തിൽ നിന്നും കമ്പിളിപ്പുഴുവായ്
പിന്നീടെപ്പോഴോ ഒരു കൂടപ്പുഴുവായ്
പതിയെ തൻ ലളിതമാം ചിറകുകൾ വിസ്തരിച്ച
വസ്ത്രാലങ്കാരപ്രിയനാം ചിത്രശലഭം പോൽ

നിസ്വാർത്ഥമാം ശാശ്വതമാം പെറ്റമ്മതൻ
സ്നേഹത്താൽ വളരുന്നോരോ പൈതലും
സ്രഷ്ടാവ് ചിറകുകൾ തന്നെങ്കിലും
പറക്കുവതെങ്ങിനെന്നോതിയോൾ നീ.

ശ്രമിക്കുവാനാത്മ വിശ്വാസമേകി
മാർഗ്ഗദർശിയായി കൂടെനിന്നു
വീഴ്ചയിൽ നിന്നെഴുന്നേൽക്കുവാനായ്
പകർന്നു നീ അകൃത്രിമമാം കരുതൽ.

നിൻ ഹൃദയമാം ആരാമത്തിൽ
നട്ടുപിടിപ്പിച്ച സദ്ഗുണങ്ങൾ
നിന്നാലിംഗനത്തിൻ ഇളംചൂടും
നിൻ കരതലത്തില്ലുള്ള കരുതലും.

പടച്ചവൻ ഈ മണ്ണിന്നോകിയതിൽ
ഏറ്റവും ശ്രേഷ്ഠമാം സൃഷ്ടി നീയോ?
ചിന്തിച്ചു പോകുന്നു ഞാനീവണ്ണം
ചിന്തിപ്പാൻ കാരണം നൂറുണ്ടല്ലോ...

11. ജീവനുള്ള പൂക്കൾ

മലർകളിൽ മുഖ്യനാം
മേനിയാകെ കണ്ടകമുള്ള
സൗരഭ്യം തൻ പര്യായവാചിയാം
കല്പിത സൗന്ദര്യവതിയാം പനിനീർ പൂവേ
നിന്നെയാ കമിതാക്കൾ കൈമാറി
നെറ്റിയിലർപ്പിക്കും ചുടുചുംബനത്തിനു
സാക്ഷ്യം വഹിച്ചവളല്ലെ നീ?
ഇതളുകൾ അഞ്ചുള്ള
ഇളംമഞ്ഞ പൂമ്പൊടികളുള്ള
ചുടു ചോര തൻ നിറമുള്ള
ലാവണ്യവതിയാം ചെമ്പരത്തി പൂവേ
നിന്നെ കർണ്ണത്തിൽ ചൂടുന്നവൻ ഭ്രാന്തൻ
ആ ദുസ്സഹമാം കളിവാക്കോതി നിന്നെ
പരിഹാസ പാത്രമാക്കിയില്ലേ ചിലർ?

ജലത്തിൽ പ്ലവിച്ചു ജ്വലിക്കും
സ്പഷ്ടമാം പത്രങ്ങളുള്ള
കവിഞ്ഞു കിടക്കും ദളങ്ങളുള്ള
തരളിതമാം താമര പൂവേ
സ്തോത്രം ജപിച്ചു നിന്നിതൾ അർപ്പിച്ചു
ഏവരും കൈകൂപ്പി തൊഴുന്ന സുശക്തയാം
ദേവിയെ തൊട്ടറിഞ്ഞില്ലേ നീ സുന്ദരീ?

ദിവ്യമാം വാസനയുള്ള

കൂന്തലിൻ കൂട്ടുകാരൻ
അത്രമേൽ വിമലമാം
യൗവനശ്രീയാം മുല്ല പൂവേ
സ്വയംവരത്തിന്നായൊരുങ്ങും കുമാരിമാർ
കേശത്തിലേറ്റീ നടപ്പു നിന്നെ
എത്ര വേളികൾ കണ്ടു നീയും നിൻ കൂട്ടരും?

12. നീലിമ

വിശാലമാം നീലാകാശവുമൊരു നാൾ
ഒളിച്ചു ചാരനിറത്തിൻ പുറകിൽ
കളിപ്പാനായ് മറുവശമിറങ്ങാൻ
അക്ഷമനായ്യുള്ളിരിപ്പിന്നൊടുവിൽ
എൻ ദൃഷ്ടിപഥത്തിൽ എത്തിച്ചേർന്നു
തൻ സൂക്ഷ്മഭേദം കാട്ടിത്തന്നു.

ബഹുലമാം ഗഹനമാം നീലയാമാഴിയോ
വ്യാപിച്ചു കിടപ്പതു അങ്ങകലത്തിലായ്
കർശനമാം പോരാട്ടത്തിൻ ചരിതമോ
ചൊന്നതു കല്ലോലം തൻ രൂപത്തിലെത്തി നീ
ഓളങ്ങളോതിയ മന്ത്രവും കേട്ടു ഞാൻ
നിന്നു തീരത്തങ്ങു ഏറെ നേരം കൂടെ.

അർക്കൻ തൻ പ്രകാശവുമായ്
നീന്തിക്കളിക്കുന്ന സാഗരം പോൽ
നയനസുഭഗമാം ലാവണ്യമാം
അനർഘമാം ചാരുത്വമാം ഹൃദ്യമാം ചക്ഷുസ്സ്
പുഞ്ചിരിയും മോഹവും കിനാവുമുണ്ട്
ജീവൻ നിറഞ്ഞൊരാ നീല മിഴികളിൽ.

ആകസ്മികമായ് വിസ്മയിപ്പിച്ചങ്ങു
വിരിച്ചു മയൂരം തൻ തിളങ്ങും പീലികൾ
അനവധി കണ്ണുകളുള്ളൊരു സാഗരം

ചുവടു വയ്ക്കുന്നതു നോക്കിയിരുന്നു പോയ്
ന്യൂനമാം വികലമാം അപൂർണ്ണമാം പൂടകൾ
ഒന്നിച്ചു സൃഷ്ടിച്ചു ഗാംഭീരമാം സൗന്ദര്യം.

13. സമരം

വിദ്യാലയത്തിൻ പടിക്കലൊദ്യമായെത്തി
കണ്ടാ ബഹിർദ്വാരമടഞ്ഞു കിടപ്പതും.
കാര്യം തിരക്കിയറിഞ്ഞതാ ഫീസു
വർദ്ധനവിൻ പ്രതിഷേധമാണെന്നത്.
ക്ലേശിച്ചൊരു പകൽ ജഠരത്തിലായ് നോവ്
പുറപ്പെട്ടിറങ്ങിയാ ചികിത്സാലയത്തിലും.
കൺപെട്ടവിടുള്ള ഫലകത്തിന്മേലപ്പോൾ
വേതനം കൂട്ടാതെ വേലചെയ്യില്ലത്രെ.
ഉദ്യോഗത്തിന്നുള്ളോരഭിമുഖത്തിന്നായി
പുറപ്പെട്ടൊരു ദിനമതിരാവിലെയങ്ങ്.
നിരത്തിലിറങ്ങിയ ശേഷമറിഞ്ഞു ഞാ -
നോടില്ല ബസ്സന്നു പണിമുടക്കാണത്രെ.
പത്തുമണി കഴിഞ്ഞിട്ടുമെൻ താതനോ
കൃത്യത്തിലേർപ്പെടാതങ്ങു കിടപ്പല്ലോ.
ചോദിച്ചറിഞ്ഞവർ കാര്യാലയത്തിലെ
ജീവനക്കാരും സമരത്തിലാണത്രെ.
കൂട്ടത്തിലൊരുവനെ തല്ലിയത്രേയൊരോ
ഇളകിമറിഞ്ഞാ ഓട്ടോ സഹജരും.
മാപ്പെന്ന വാക്ക് കാതിലെത്തും വരെ
താക്കോൽ തൊടില്ലെന്ന ശപഥത്തിലാണത്രെ.
ശാപ്പാടിനായാർത്തിയോടിരുന്നു ഞാനാ
തീൻമേശതൻ മുന്നിലായ്
അപ്പോളറിഞ്ഞാ സമരമോയെന്നുടെ -
യടുക്കളയിലുമെത്തിയെന്ന സത്യവും.

14. യുദ്ധം

ഷഡ്തരത്തിലെ പ്രഥമമദ്ധ്യായ -
നത്തിലോ ഞാനറിഞ്ഞതാ
മൂന്നക്ഷരമുള്ളാംഗല പദ -
മെന്തെന്നതന്നാദ്യമായ്.
ഹൃദിസ്ഥമാക്കിയാ യുദ്ധ-
ചരിതമേതുമേ മനപാഠമായ്
ചിന്തിച്ചൂ പലവട്ടം ഞാനെത്ര
യോഗശാലിയാണെന്നുമേ.
എൻ പിറവിക്ക് മുന്നേയാ രണ്ടു
യുദ്ധത്തിൻ നികവായയല്ലോ
ആയിതിഹാസം പുരാവൃത്തത്തിൽ
വ്യാഖ്യാനിച്ചാൽ മതിയല്ലോ.
ശ്രവിക്കേണ്ടതില്ല രണപടഹവും
കാണേണ്ട പ്രാണഹാനിയും
തിരയേണ്ടയൊളി സങ്കേതങ്ങളു -
മറിയേണ്ട പട്ടിണിപ്പാടും.
അബ്ദങ്ങളേറെ നീങ്ങി മുന്നോട്ട്
യുദ്ധമോ സ്വാനുഭവമായ്
കേട്ടറിഞ്ഞൊരാ സൈ്വര്യ ചർച്ചക -
ളൊക്കെ ഭംശമായ്പ്പോയയല്ലോ.
പ്രാർത്ഥിച്ചു കേണപേക്ഷിച്ചെല്ലാരും
യുദ്ധനിവാരണത്തിന്നായ്
നിണപ്രചുരമാം കരിദിനങ്ങളെ
പരിത്യജിക്കുന്നതിന്നുമായ്.

പിറ്റേന്നത്തെയാ പ്രാതഃകാലത്തി -
ലുച്ചത്തിൽ കേട്ടാ മുഴക്കം
ഒപ്പം നിർഘോഷമാമാ -
ലോകർ തന്നുടെയാ രോദനം.
നിർജ്ജീവമാമേനികൾ മാത്രം നിര-
ത്തിലവശേഷിക്കുന്നു
ഖേദത്താലായിമകളപ്പോഴും അഭദ്ര-
മായ് തന്നിരിക്കുന്നു.
ഭീതിയാൽ ക്ഷതമേറ്റവരുണ്ട -
നാഥരായവരേറെയും
പാതിയിൽ പ്രാണൻ വെടിഞ്ഞവരുണ്ട്
കിനാക്കളില്ലാതായവരും.
ശ്രേഷ്ടനുമേറെ ക്ഷീണിതനു-
മാശ്രിതനുമംഗനവും പണ്ഡി-
തനും പാമരനുമെല്ലാമൊ-
ത്തൊരുമിച്ചാ ബങ്കറിൽ.
എത്ര നാളെന്നറിവതില്ല പ്രത്യാ-
ശയുമൊട്ടുമേയില്ലാ
പ്രാണൻ നിലകൊള്ളുമോയെ -
ന്നുള്ള ചിന്ത വല്ലാതകറ്റുന്നു.

15. സായാഹ്നം

പിംഗലവർണ്ണത്തിലെത്തിയാ സായാഹ്നം
പുഞ്ചിരിയോടെയീയൊരു നാൾ

എത്തീയൊരാശയസമ്പന്നരേവരും
പാപ്പാസുമിട്ടുലാത്തുന്നതിനായ്.

പേരമക്കൾ തൻ ചരിതം പറഞ്ഞുകൊണ്ടാ-
സ്വദിക്കുന്നൊരാ മുത്തശ്ശിമാർ.

വിസ്തൃതമായൊരാ ക്രീഡാവനത്തിലീ
തരുണീമണികളങ്ങാടുകയായ്.

തന്ത്രികൾ തന്നറ്റം കാതിലേക്കൂന്നിയി-
ട്ടുറക്കെയോചിച്ചു മൂളും കുമാരൻ.

അല്പമൗദ്ധത്യവുമേറെക്കളിവാക്കു-
മോടെയെത്തീ ചിലർ ഹൃദ്യത്തിനായ്.

പുൽത്തറയിൽ പാവിരിച്ചു പത്മാസനം
ചെയ്യുന്നു സ്വാസ്ഥ്യസചേതരുകൾ.

ചഷകത്തിലെ വെന്ത വെള്ളം രസിച്ചു
നുണയുന്നൊരീ നൽവദനവുമായ്

ഹസ്തത്തിലേന്തിയ ഗ്രന്ഥവുമായദ്ധ്യയന-
ത്തിലേർപ്പെട്ടൊരാ ബാലകൻ.

അന്തഃപുരത്തിൻ മുകപ്പിൽ നിന്നേന്തിയെൻ
ദൃഷ്ടിമേലൂന്നി നൽക്കാഴ്ചകളായ്.

നന്ദി

അക്ഷരങ്ങൾ കൈപിടിച്ചു എഴുതിപ്പറിപ്പിച്ച അമ്മയ്ക്കും, അവ വാക്കുകളും വരികളുമാക്കാൻ പഠിപ്പിച്ച അദ്ധ്യാപകർക്കും, എല്ലായ്പ്പോഴും പ്രോത്സാഹനം മാത്രം തന്നു കൂടെ നിന്ന അച്ഛനും, എൻറെ എഴുത്ത് ഇഷ്ടപ്പെടുന്ന കൂടപ്പിറപ്പിനും നന്ദി.

എവിടെയൊക്കെയോ കുറിച്ചിട്ടിരുന്ന വരികളെ നിങ്ങൾക്ക് മുന്നിലെത്തിക്കാൻ ഏറ്റവുമധികം പ്രചോദനം നൽകിയ ജീവിതപങ്കാളിക്ക് ഏറെ നന്ദി.

പുസ്തകം വായിച്ച്, ഇനിയും എഴുതാനുള്ള പ്രേരണ നൽകിക്കൊണ്ടിരിക്കുന്ന നിങ്ങൾക്ക് ഒരായിരം നന്ദി.

www.ingramcontent.com/pod-product-compliance
Lightning Source LLC
Chambersburg PA
CBHW061446160726
47995CB00003B/1065